Impressum
Verlag: BABADADA GmbH, Nedderfeld 112 , 22529 Hamburg
Geschäftsführer / Verlagsleitung: Harald Hof
Druck: Books on Demand GmbH, In de Tarpen 42, 22848 Norderstedt

Imprint
Publisher: BABADADA GmbH, Nedderfeld 112 , 22529 Hamburg, Germany
Managing Director / Publishing direction: Harald Hof
Print: Books on Demand GmbH, In de Tarpen 42, 22848 Norderstedt

school

makaranta

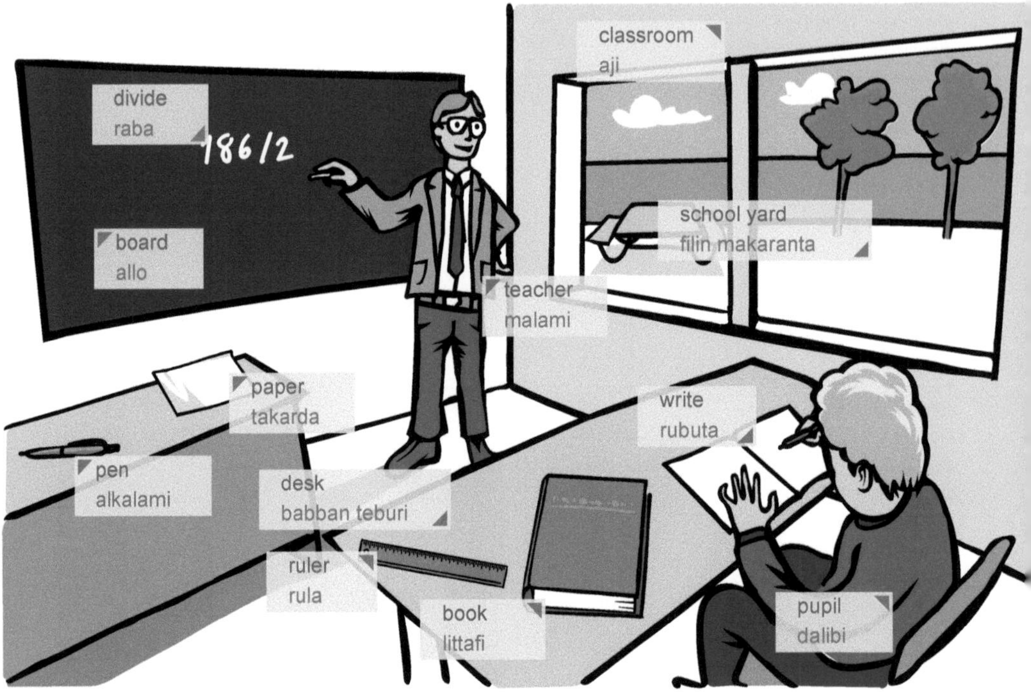

classroom
aji
divide
raba
186/2
board
allo
school yard
filin makaranta
teacher
malami
paper
takarda
write
rubuta
pen
alkalami
desk
babban teburi
ruler
rula
book
littafi
pupil
dalibi

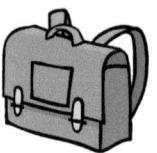

satchel

jakar makaranta

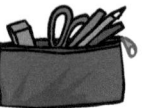

pencil case

gidan fensir

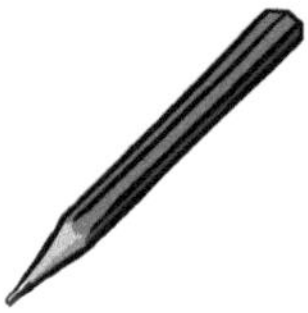

pencil

fensir

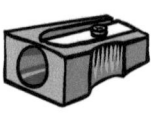

pencil sharpener

abin fike fensir

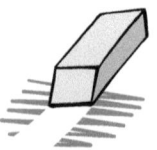

rubber

kilina

drawing pad

kwalin zane

drawing

zane

paintbrush

burushin fenti

paint box

gwangwanin fenti

scissors

almakashi

glue

gam

exercise book

littafi aiki

homework

aikin gida

number

lamba

add

kara

subtract

debe

multiply

yi sau

calculate

kwakuleta

letter

wasika

alphabet

harafi

word

kalma

text
rubutu

read
karanta

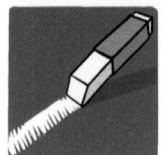

chalk
alli

lesson
darasi

register
rijista

exam
jarabawa

certificate
satifiket

school uniform
kayan makaranta

education
ilimi

encyclopedia
kundin ilimi

university
jami'a

microscope
madubin kimiyya

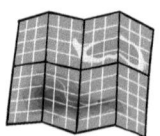

map
taswira

waste-paper basket
kwandon shara

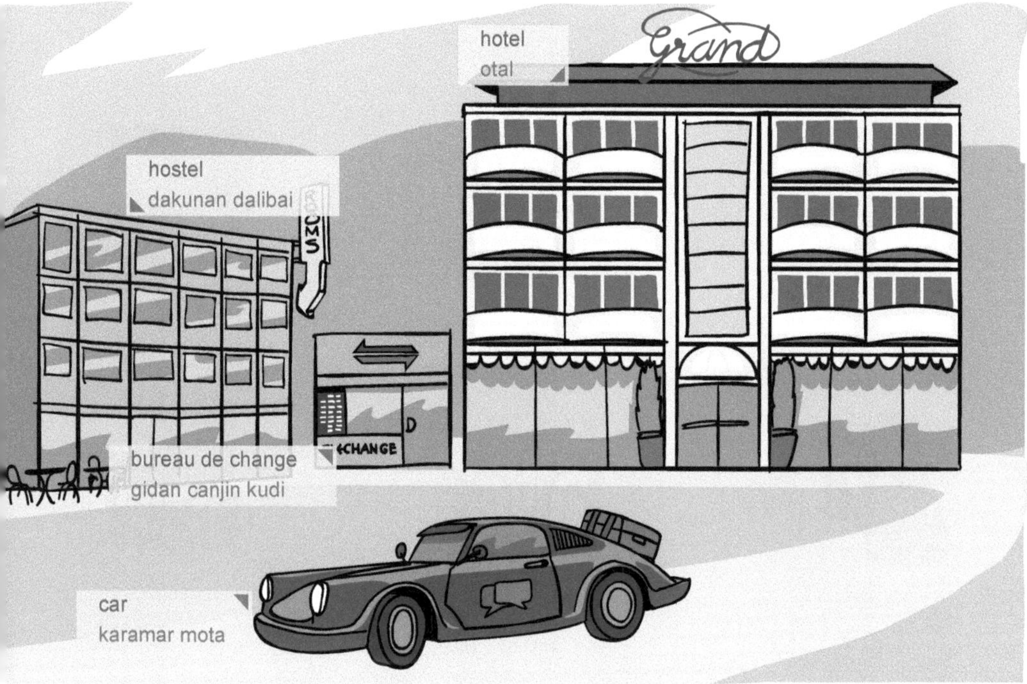

hotel
otal
Grand
hostel
dakunan dalibai
ROOMS
CHANGE
bureau de change
gidan canjin kudi
car
karamar mota

language

yare

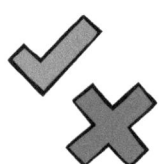

yes / no

e/a'a

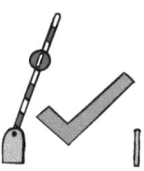

Okay

Ya yi

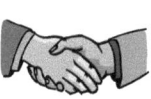

hello

barka dai

translator

mai fassara

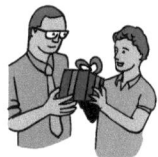

Thank you

Na gode

how much is...?

nawa ne...?

I do not understand

ban gane ba

problem

matsala

Good evening!

Barka da yamma!

Good morning!

Ina kwana!

Good night!

barka da dare!

bye bye

sai an jima

direction

alkibla

luggage

kaya

bag

jaka

backpack

jakar goyawa

guest

bako

room

daki

sleeping bag

jakar barci

tent

tanti

tourist information

bayanin dan yawon bude-ido

beach

bakin ruwa

credit card

katin banki

breakfast

karin kumallo

lunch

abincin rana

dinner

abincin dare

ticket

tikiti

lift

daga

stamp

hatimi

border

iyaka

customs

kudin fiton kaya

embassy

ofishin jakadanci

visa

biza

passport

fasfo

transport
abin hawa

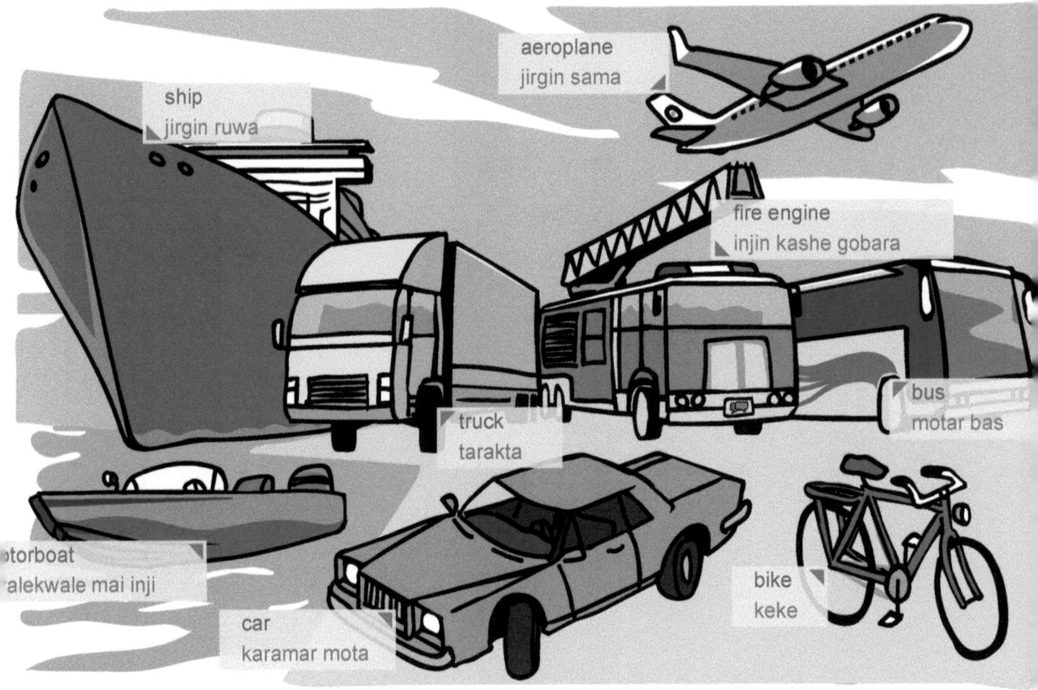

aeroplane
jirgin sama
ship
jirgin ruwa
fire engine
injin kashe gobara
bus
motar bas
truck
tarakta
torboat
alekwale mai inji
car
karamar mota
bike
keke

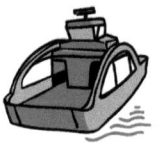

ferry

karamin jirgin ruwa

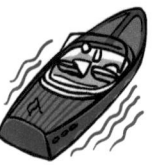

boat

kwalekwale

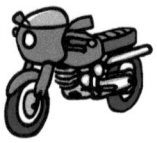

motorbike

babur

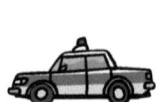

police car

motar 'yansanda

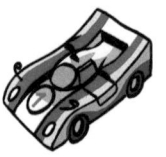

racing car

motar tsere

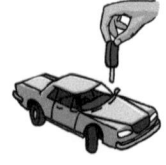

rental car

motar haya

car sharing

tarayyar karamar mota

breakdown truck

babbar mota da ta lalace

refuse truck

motar shara

motor

mota

fuel

mai

petrol station

gidan mai

traffic sign

alamar titi

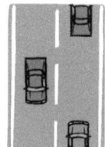

traffic

zirga-zirga

traffic jam

cunkoson ababen hawa

car park

wurin ajiye mota

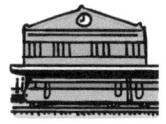

train station

tashar jirgin kasa

tracks

filin tsere

train

jirgin kasa

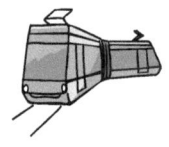

tram

jirgin kasa mai kyabil

carriage

keken doki

helicopter

helikwafta

airport

filin jirgin sama

tower

hasumiya

passenger

fasinja

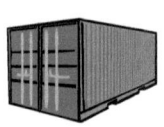

container

mazubi

carton

kwali

cart

amalanke

basket

kwando

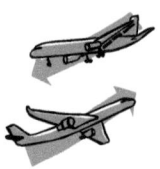

take off / land

tashi / sauka

city

birni

village

kauye

city centre

tsakiyar birni

house

gida

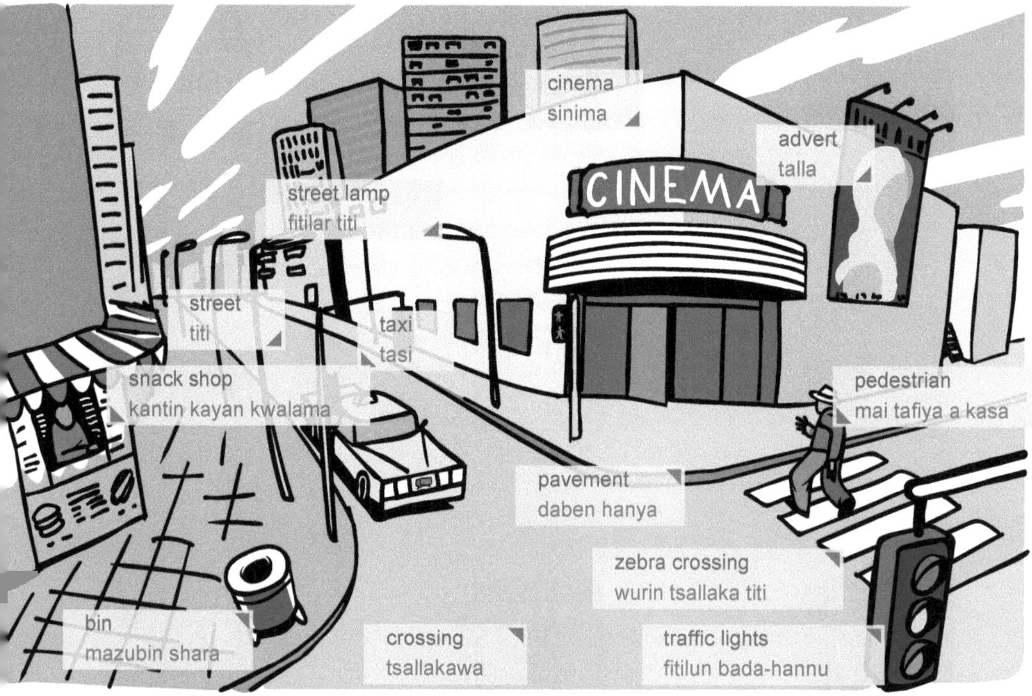
cinema
sinima
advert
talla
CINEMA
street lamp
fitilar titi
street
titi
taxi
tasi
snack shop
kantin kayan kwalama
pedestrian
mai tafiya a kasa
pavement
daben hanya
zebra crossing
wurin tsallaka titi
bin
mazubin shara
crossing
tsallakawa
traffic lights
fitilun bada-hannu

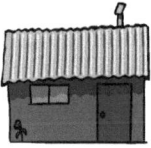

hut

bukka

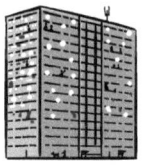

flat

shafaffe

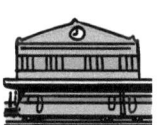

train station

tashar jirgin kasa

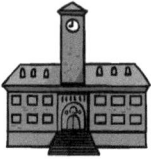

town hall

dakin taro

MUSEUM

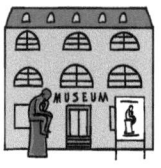

museum

gidan kayan tarihi

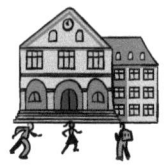

school

makaranta

university

jami'a

bank

banki

hospital

asibiti

hotel

otal

pharmacy

kantin magani

office

ofis

book shop

kantin littattafai

shop

kanti

florist's

mai sayar da furanni

supermarket

babban kanti

market

kasuwa

department store

kanti mai sassa

fishmonger's

shagon sayar da kifi

shopping centre

wurin sayayya

harbour

matsayar jiragen ruwa

park

ma'ajiyar motoci

bench

benci

bridge

gada

stairs

kafar bene

underground

karkashin kasa

tunnel

ramin karkashin kasa

bus stop

matsayar bas

bar

mashaya

restaurant

gidan abinci

postbox

akwatin sakonni

street sign

alamar titi

parking meter

mitar ajiye motoci

zoo

gidan namun daji

swimming pool

kwamin iyo

mosque

masallaci

city - birni

farm
gona

pollution
gurbata

graveyard
makabarta

church
coci

playground
filin wasanni

temple
dakin bauta

landscape
fadin kasa

signpost
turken alama

way
hanya

meadow
makiyaya

stone
dutse

tree
bishiya

hiker
mai tattaki

river
korama

grass
ciyawa

flower
fure

valley

kwazazzabo

hill

tudu

lake

tafki

forest

daji

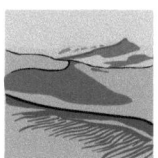

desert

hamada

volcano

amon dutse

castle

fada

rainbow

bakan-gizo

mushroom

malafar jaki

palm tree

bishiyar kwakwar manja

mosquito

sauro

fly

kuda

ant

tururuwa

bee

zuma

spider

gizo

beetle

burgunguma

frog

kwado

squirrel

kurege

hedgehog

bushiya

hare

zomo

owl

mujiya

bird

tsuntsu

swan

agwagwar ruwa

boar

aladen daji

deer

namijin barewa

moose

kanki

dam

dam

wind turbine

lantarki mai iska

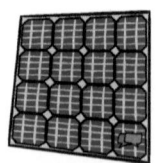

solar panel

farantin hasken rana

climate

yanayi

restaurant
gidan abinci

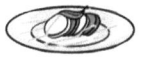

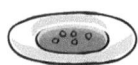

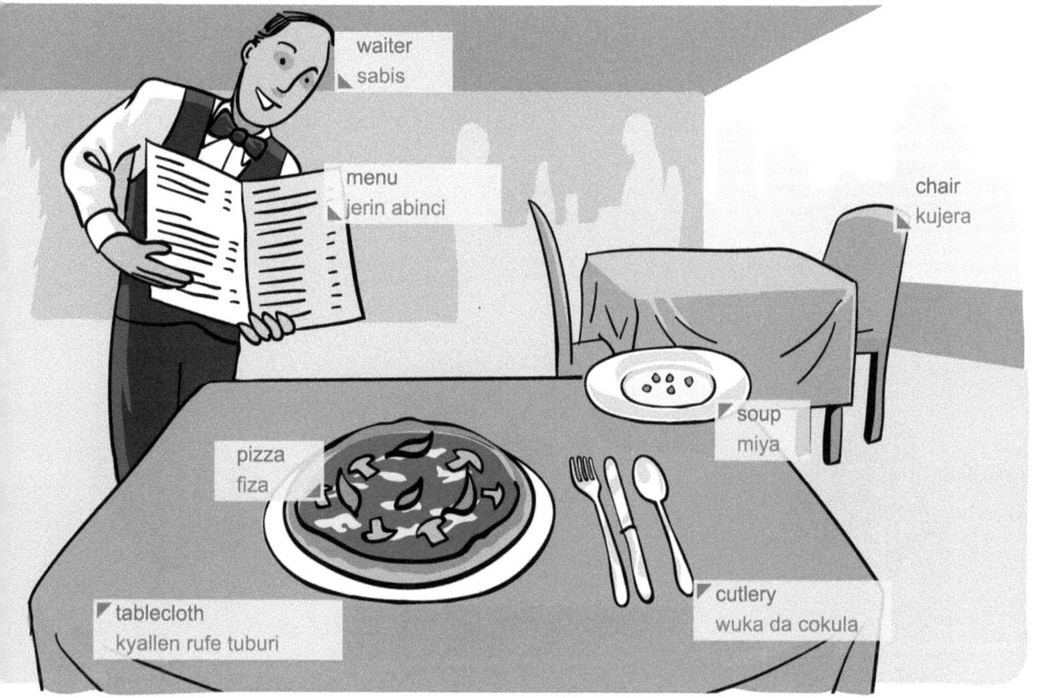

waiter
sabis
menu
jerin abinci
chair
kujera
soup
miya
pizza
fiza
cutlery
wuka da cokula
tablecloth
kyallen rufe tuburi

starter

makunni

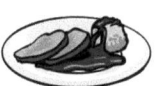

main course

babban abinci

dessert

kayan zaki

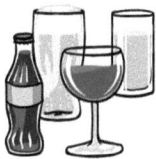

drinks

kayan sha

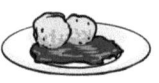

food

abinci

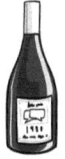

bottle

kwalba

fast food

abincin tafi-da-gidanka

street food

abincin titi

teapot

tukunyar shayi

sugar bowl

kwanon sikari

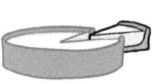

portion

gutsire

espresso machine

injin hada kofi

high chair

kujera mai tudu

bill

doka

tray

tire

knife

wuka

fork

cokali mai yatsu

spoon

cokali

teaspoon

cokalin shayi

serviette

kyallen cin abinci

glass

gilashi

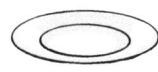

plate

faranti

soup plate

farantin miya

saucer

farantin kofi

sauce

hadin dandano

salt pot

mazubin gishiri

pepper mill

abin nikan yaji

vinegar

lamurje

oil

mai

spices

kayan dandano

ketchup

miyar tumatir

mustard

mustad

mayonnaise

mayonnaise

supermarket
babban kanti

special offer
tayin musamman
FOR
customer
abokin ciniki
dairy
matatsar nono
fruit
kayan marmari
trolley
abin daukar kaya

BUTCHERS

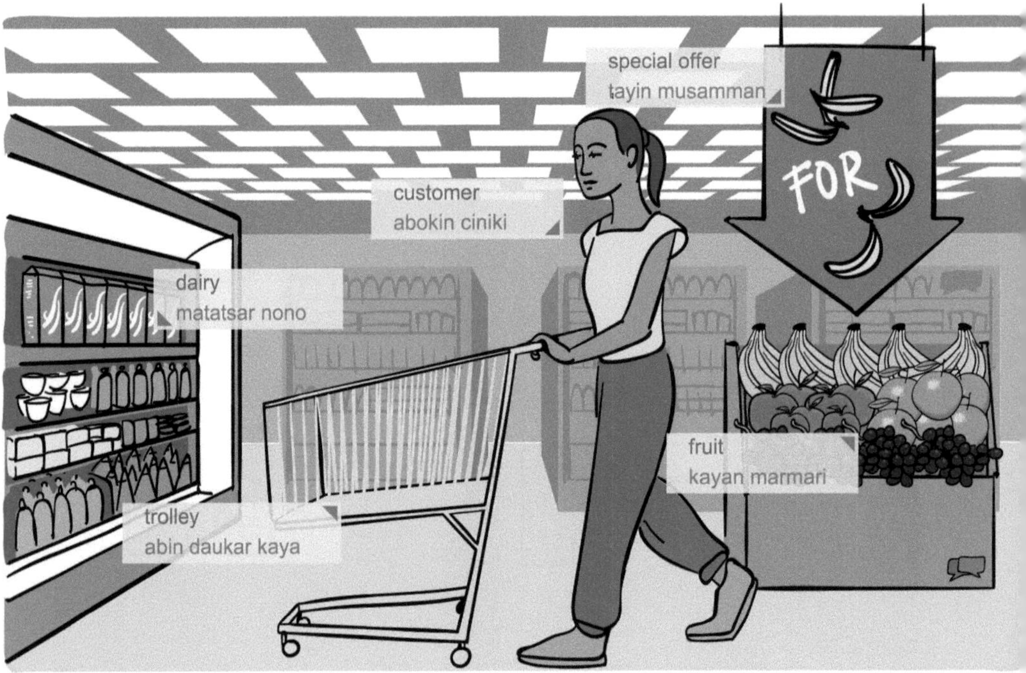

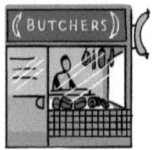

butcher´s

na mahauci

BAKERY

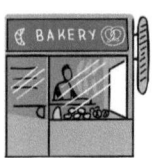

baker´s

shagon mai burodi

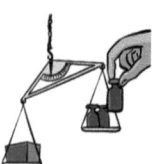

weigh

auna nauyi

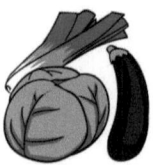

vegetables

kayan lambu

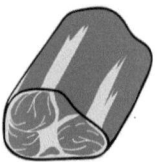

meat

nama

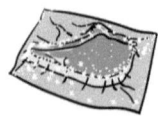

frozen food

darkararren abinci

cold meat

nama mai sanyi

tinned food

abincin gwangwani

washing powder

garin sabulun wanki

sweets

alewa

household products

kayan amfanin gida

cleaning products

kayan tsafta

salesperson

mai sayarwa

till

haro

cashier

mai biyan kudi

shopping list

jerin kayan sayayya

opening hours

sa'o'in budewa

wallet

alabe

credit card

katin banki

bag

jaka

plastic bag

jakar roba

water

ruwa

juice

ruwan 'ya'yan itace

milk

madara

coke

coke

wine

barasa

beer

giya

alcohol

barasa

cocoa

koko

tea

shayi

coffee

kofi

espresso

bakin kofi

cappuccino

kofi mai madara

banana

ayaba

apple

tufa

orange

lemon zaki

melon

kankana

lemon

lemon tsami

carrot

karas

garlic

tafarnuwa

bamboo

gora

onion

albasa

mushroom

kunnen-jaki

nuts

dangin gyada

noodles

dangin taliya

spaghetti

sufageti

rice

shinkafa

salad

man salak

chips

sala-sala

fried potatoes

soyayyen dankali

pizza

fiza

hamburger

hambaga

sandwich

sanwich

cutlet

kwan nama

ham

naman alade

salami

salami

sausage

kilishin turawa

chicken

kaza

roast

gashi

fish

kifi

porridge oats

kamun oats

muesli

muesli

cornflakes

kwamfiles

flour

fulawa

croissant

fanke

bread roll

yankan burodi

bread

burodi

toast

gashi

biscuits

biskit

butter

bota

curd

man shanu

cake

kek

egg

kwai

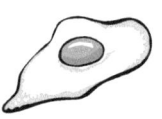

fried egg

soyayyen kwai

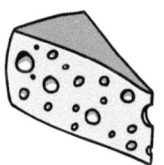

cheese

cuku

ice cream

askirim

sugar

sikari

honey

zuma

jam

jam

chocolate spread

cakuletin shafawa

curry

kori

farm
gona

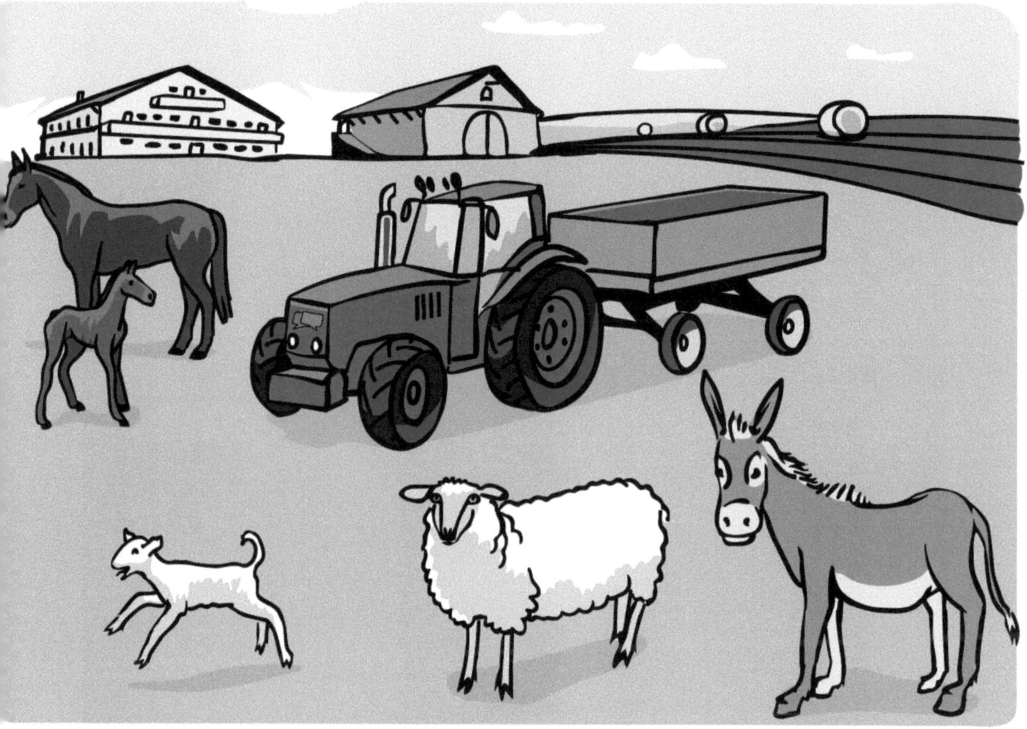

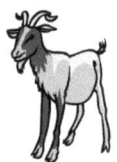

goat

akuya

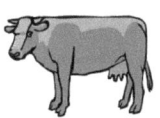

cow

saniya

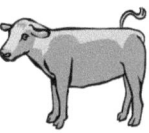

calf

maraki

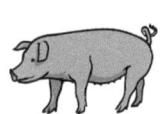

pig

alade

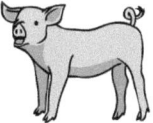

piglet

dan alade

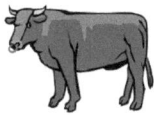

bull

bajimi

goose

dinya

duck

agwagwa

chick

dan tsako

hen

kaza

cock

zakara

rat

bera

cat

kyanwa

mouse

bera

ox

takarkari

dog

kare

doghouse

dakin kare

garden hose

bututun lambu

watering can

bokitin ban-ruwa

scythe

ashasha

plough

garma

sickle
lauje

hoe
fartanya

pitchfork
cebur mai yatsu

axe
gatari

wheelbarrow
wilbaro

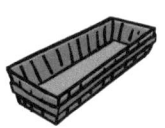

trough
mazubin abincin dabbobi

milk can
gwangwanin madara

sack
buhu

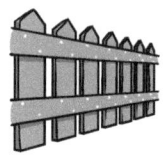

fence
shinge

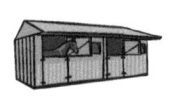

stable
barga

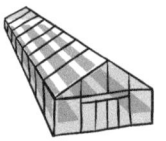

greenhouse
koren-gida

soil
rairai

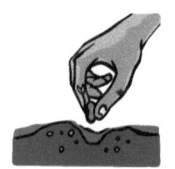

seed
iri

fertilizer
taki

combine harvester
injin girbi da sussuka

harvest
girbe

harvest
girbi

yams
doya

wheat
alkama

soy
waken soya

potato
dankali

corn
dawa

rapeseed
furen mai

fruit tree
bishiyar kayan marmari

cassava
rogo

cereals
hatsi

house
gida

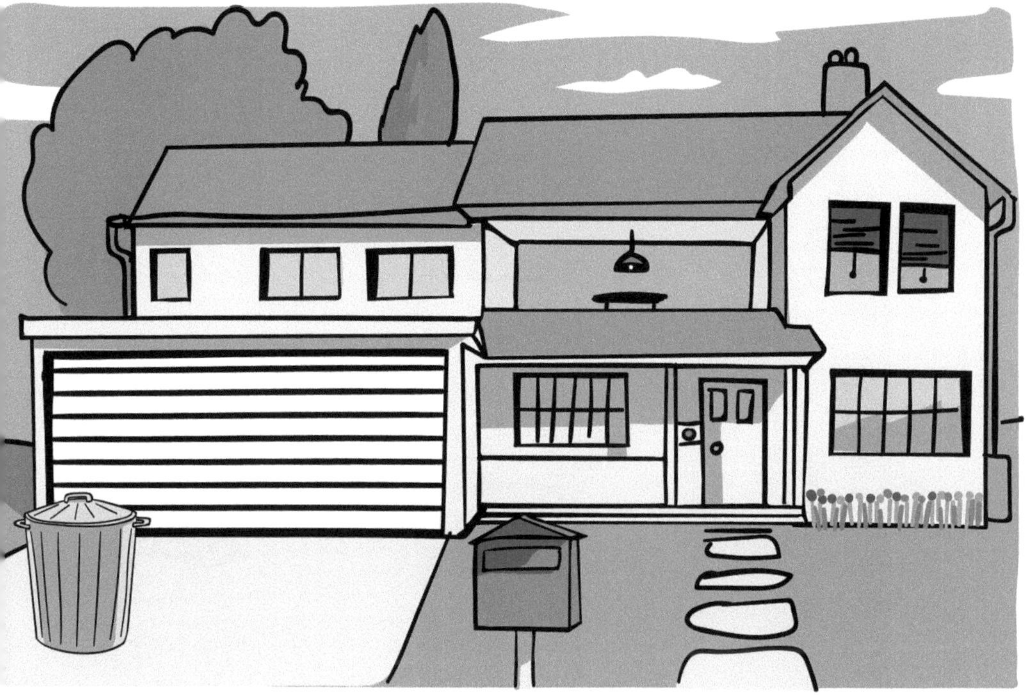

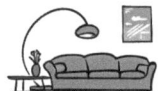

living room
falo

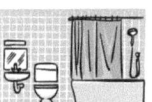

bathroom
dakin wanka

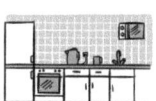

kitchen
kicin

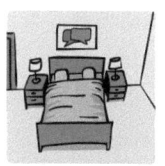

bedroom
dakin kwana

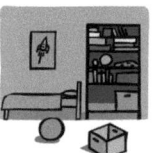

child's room
dakin yaro

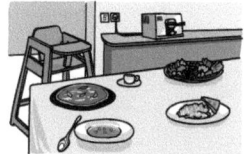

dining room
dakin cin abinci

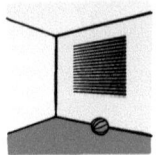

floor

dabe

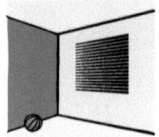

wall

bango

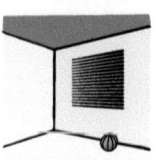

ceiling

sili

cellar

dakin karkashin kasa

sauna

wurin wankan dumi

balcony

barandar bene

terrace

baranda

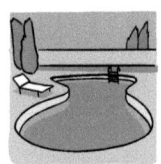

pool

gulbin ninkaya

lawn mower

injin yanke ciyawa

sheet

kwano

bedspread

zanen gado

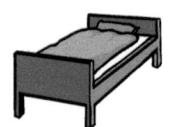

bed

gado

broom

tsintsiya

bucket

bokiti

switch

makunni

living room
falo

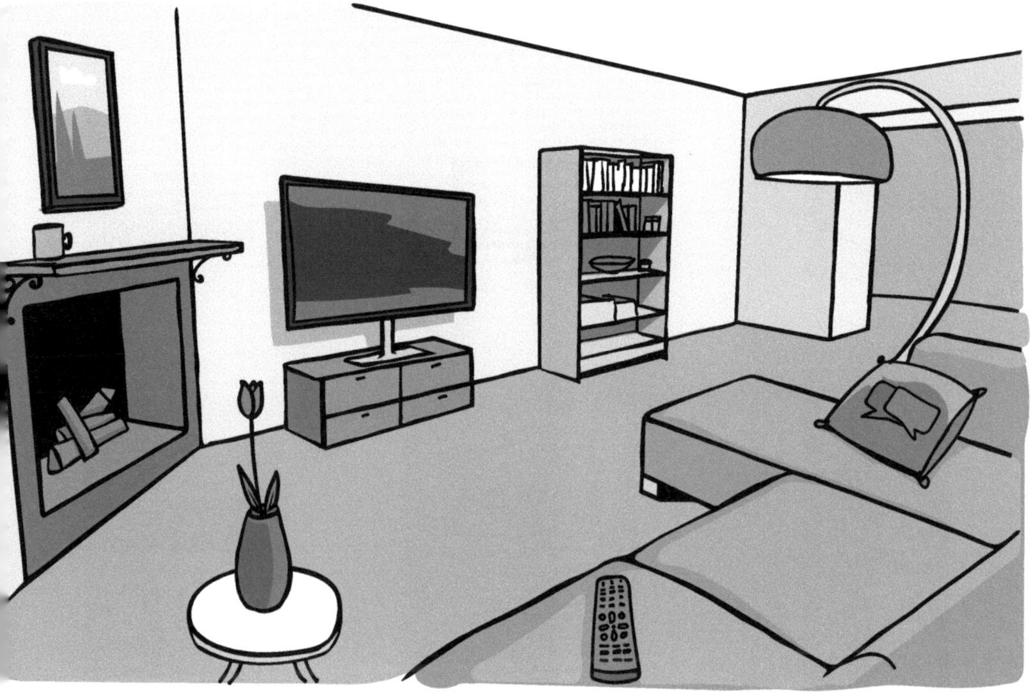

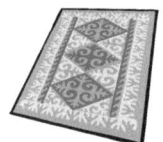

carpet

darduma

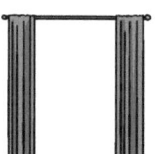

curtain

labule

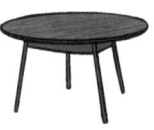

table

teburi

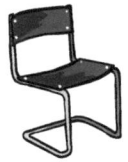

chair

kujera

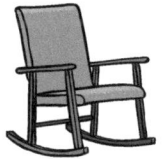

rocking chair

kujera mai shillo

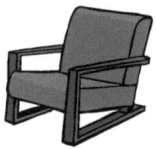

armchair

kujera mai hannu

book

littafi

blanket

bargo

decoration

kwalliya

firewood

itacen girki

film

fim

hi-fi equipment

kayan hi-fi

key

makulli

newspaper

jarida

painting

zanen fenti

poster

fasta

radio

rediyo

notepad

takardar rubutu

hoover

na'urar share darduma

cactus

murtsunguwa

candle

kyandir

kitchen
kicin

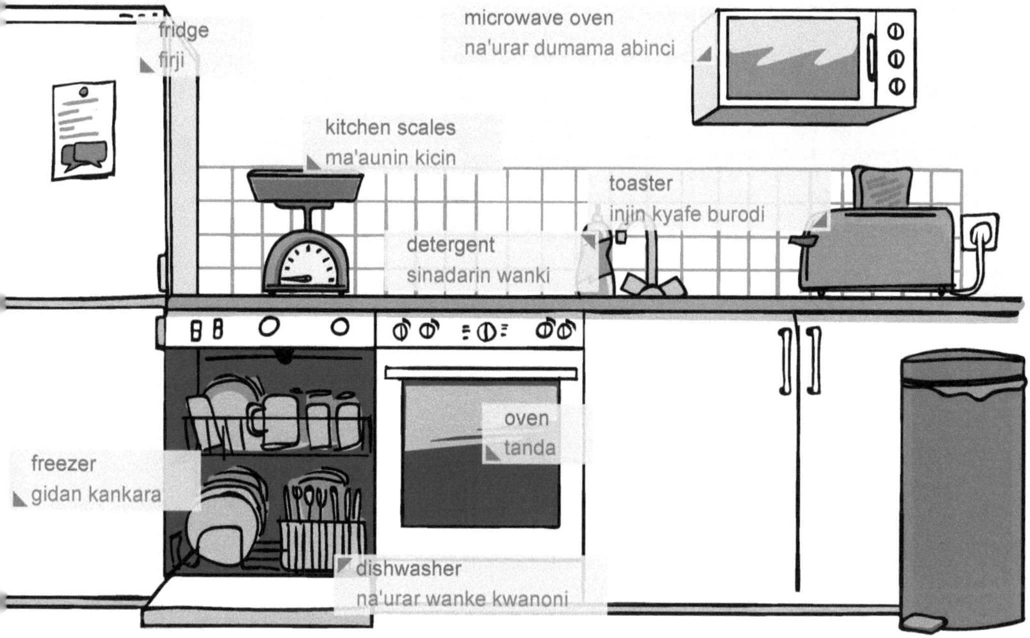
fridge
firji
microwave oven
na'urar dumama abinci
kitchen scales
ma'aunin kicin
toaster
injin kyafe burodi
detergent
sinadarin wanki
oven
tanda
freezer
gidan kankara
dishwasher
na'urar wanke kwanoni

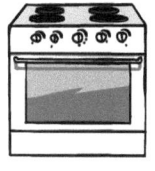

cooker

cooker

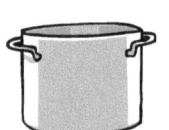

pot

tukunya

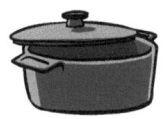

cast-iron pot

tukunyar alminiyum

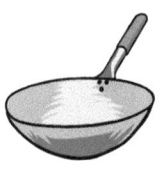

wok / kadai

kwanon suya

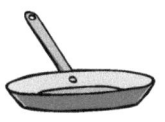

pan

kwanan suya

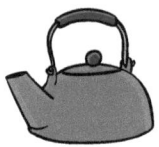

kettle

buta

steamer

tukunyar dumi

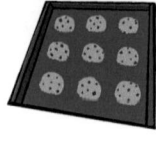

baking tray

kwanan gashi

crockery

kayan tangaran

mug

tambulan

bowl

kwano

chopsticks

tsinkayen cin abinci

ladle

ludayi

spatula

ludayin suya

whisk

makadin kwai

strainer

rariya

sieve

mataci

grater

na'urar nika

mortar

turmi

barbecue

balangu

open fire

wutar sarari

chopping board

katakon yanke-yanke

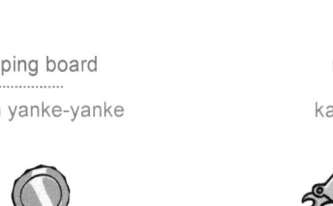

rolling pin

katakon murji

corkscrew

mabudin kwalba

can

gwangwani

can opener

mabudin gwangwani

pot holder

hannun tukunya

sink

wurin wanke-wanke

brush

burushi

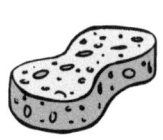

sponge

soso

blender

bilenda

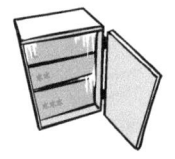

deep freezer

babban gidan kankara

baby bottle

bulumboti

tap

famfo

bathroom

dakin wanka

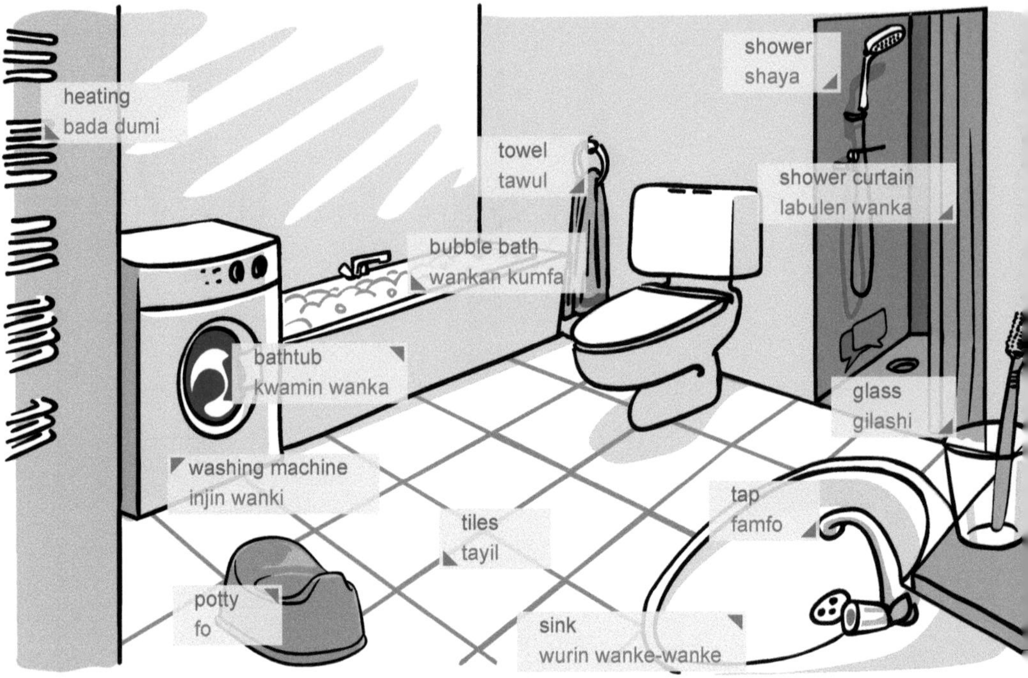
heating
bada dumi
towel
tawul
shower
shaya
shower curtain
labulen wanka
bubble bath
wankan kumfa
bathtub
kwamin wanka
glass
gilashi
washing machine
injin wanki
tap
famfo
tiles
tayil
potty
fo
sink
wurin wanke-wanke

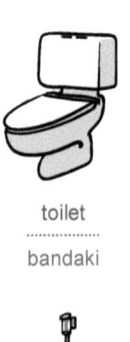

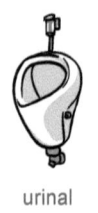

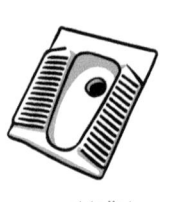

toilet

bandaki

squat toilet

bandakin tsuguno

bidet

kwamin tsarki

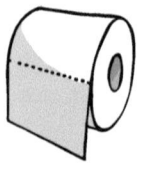

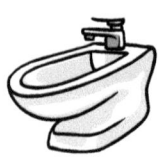

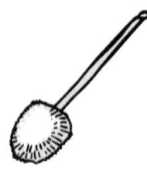

urinal

wurin fitsari

toilet paper

takardar bandaki

toilet brush

burushin bandaki

toothbrush

burushin hakori

toothpaste

man hakori

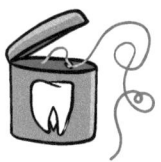

dental floss

zaren sakace

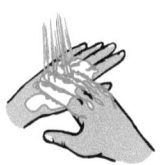

wash

wanke

handheld shower

shayar hannu

douche

wankin farji

basin

kwamin wanke hannu

back brush

burushin wanke baya

soap

sabulu

shower gel

ruwan sabulun wanka

shampoo

man gyaran gashi

flannel

tsumman wanka

drain

lambatu

cream

kirim

deodorant

turaren kamshi

mirror

madubi

hand mirror

madubin hannu

razor

reza

shaving foam

man yaran fuska

aftershave

man aski

comb

mataji

brush

burushi

hair dryer

na'urar busar da gashi

hairspray

man gashi

makeup

kwalliya

lipstick

jan-baki

nail varnish

man farce

cotton wool

audugar goge kunne

nail scissors

almakashin yankan farce

perfume

turare

washbag

jakar wanka

stool

bahaya

weighing scale

ma'aunin nauyi

bathrobe

rigar wanka

rubber gloves

safar roba

tampon

audugar haila

sanitary towel

audugar mata

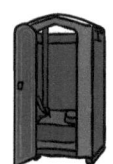

chemical toilet

bandakin tafi-da-gidanka

child's room

dakin yaro

alarm clock
agogo mai kararrawa
cuddly toy
yartsanar tsumma
toy car
motar wasan yara
rattle
kara
doll's house
gidan 'yartsana
present
kyauta

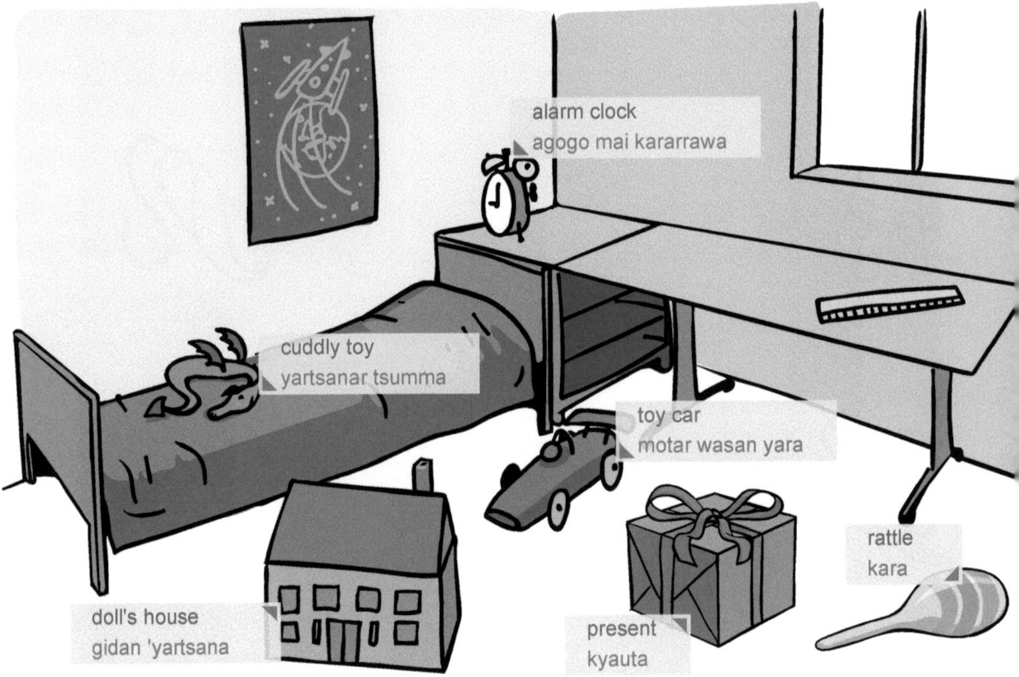

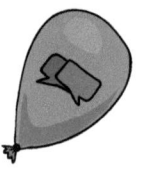

balloon

balo

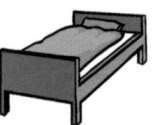

bed

gado

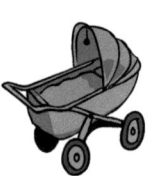

pram

keken jarirai

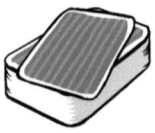

deck of cards

benen kwalaye

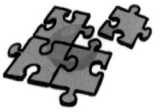

jigsaw

wasa kwakwalwa

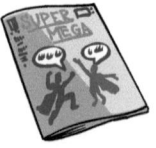

comic

ban dariya

lego bricks
tubalan roba

building blocks
tubalan gini

action figure
mutum-mai-aiki

babygrow
rigar jariri

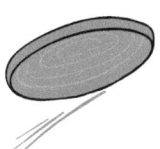

frisbee
Dokin iska

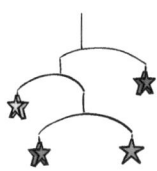

mobile
tafi-da-gidanka

board game
wasan dara

dice
dan ludo

model train set
zubin kwatancin jirgin kasa

dummy
mutum-mutumi

party
walima

picture book
littafi mai hotuna

ball
kwallo

doll
yartsana

play
yi wasa

sandpit

akwatin yashi

swing

lilo

toys

kayan wasan yara

video game console

allon wasannin bidiyo

tricycle

babur mai taya uku

teddy bear

yartsanar tsumma

wardrobe

wadirob

clothing

tufafi

socks

safa

stockings

sitokins

tights

matse-jiki

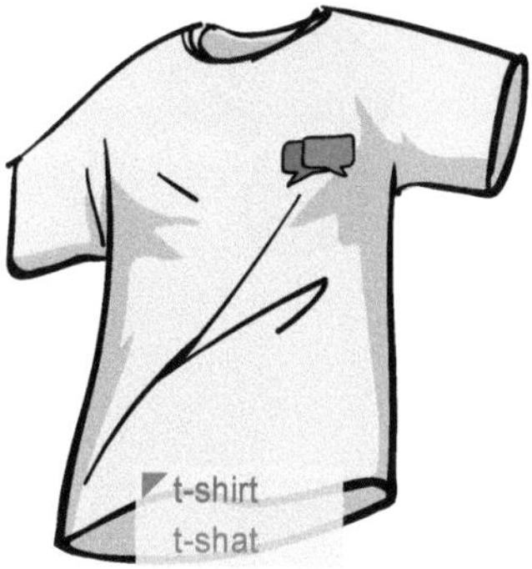

scarf
adiko

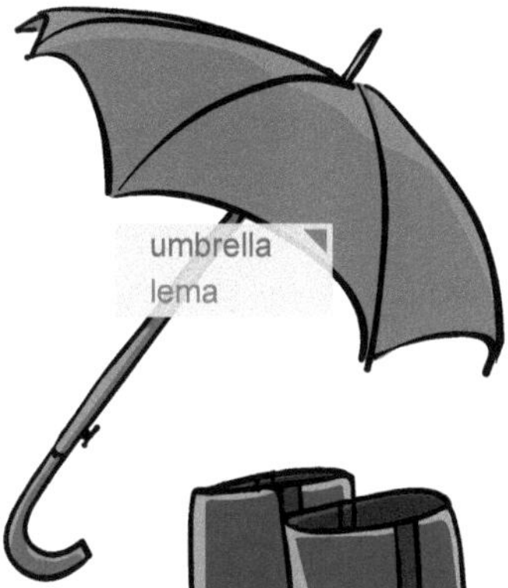

belt
belet

umbrella
lema

t-shirt
t-shat

trainers
takalman wasa

boots
takalman aiki

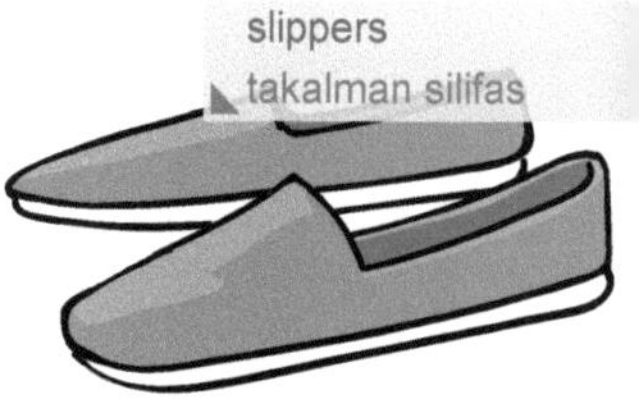

slippers
takalman silifas

sandals
takalman sandal

shoes
takalma

rubber boots
takalman roba

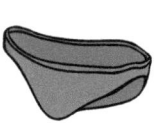

underpants
kamfai

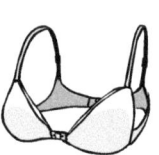

bra
rigar nono

vest
falmaran

body
jiki

trousers
wando

jeans
jeans

skirt
dantofi

blouse
rigar mata

shirt
karamar riga

pullover
riga mai hula

hoodie
hular riga

blazer
bileza

jacket
jaket

coat
kwat

raincoat
rigar ruwa

costume
kayan yayi

dress
kayan sawa

wedding dress
rigar aure

suit

kwat da wando

nightgown

rigar dare

pyjamas

kayan barci

sari

sari

headscarf

dankwali

turban

rawani

burqa

hijabi

kaftan

kaftani

abaya

abaya

swimsuit

rigar iyo

trunks

wandon wasa

shorts

gajeran wando

tracksuit

kayan wasanni

apron

kyallen aiki

gloves

safar hannu

button

maballi

glasses

tabarau

bracelet

awarwaro

necklace

tsakiya

ring

zobe

earring

dan kunne

cap

hula

coat hanger

maratayin kwat

hat

malafa

tie

lakataya

zip

zi

helmet

hular kwano

braces

masu daidaita hakori

school uniform

kayan makaranta

uniform

yunifom

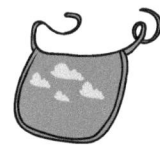

bib

kyallen cin abincin jariri

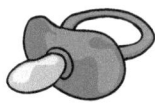

dummy

mutum-mutumi

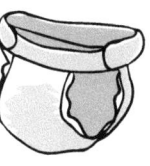

nappy

kunzugu

office
ofis

server
saba
filing cabinet
kabed din fayiloli
printer
na'urar dab'i
paper
takarda
monitor
fuskar kwamfuta
desk
babban teburi
mouse
mouse
folder
makunshi
keyboard
allon madannai
waste-paper basket
kwandon shara
computer
kwamfuta
chair
kujera

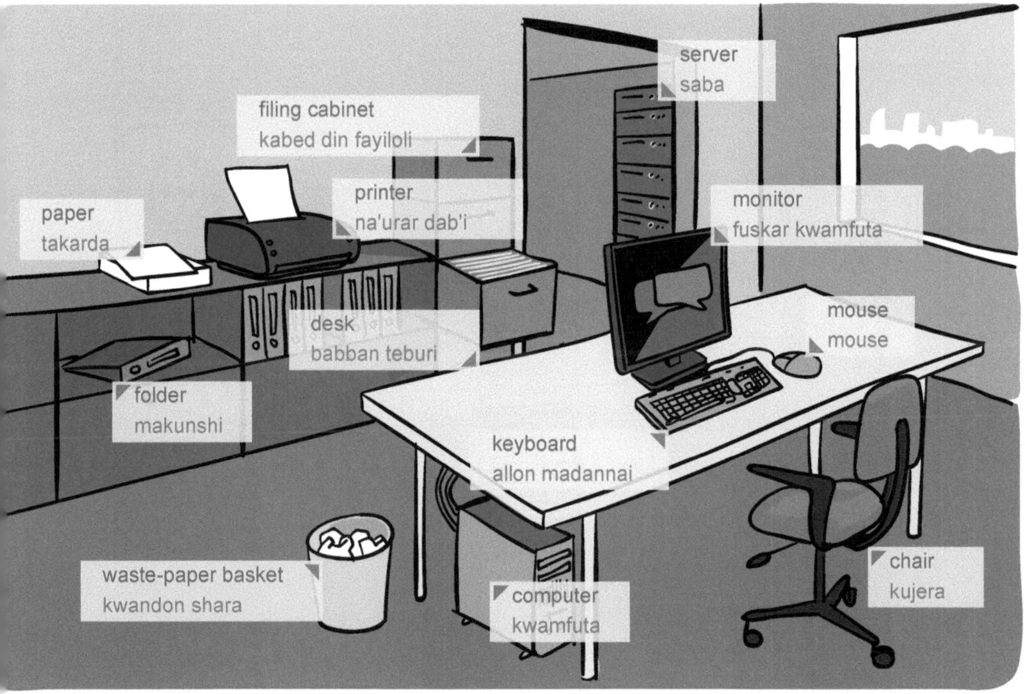

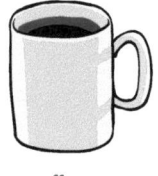

coffee mug

tambulan kofi

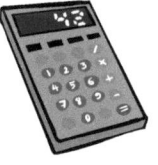

calculator

kwakuleta

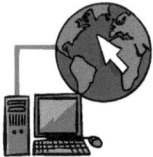

internet

intanet

laptop

laptop

letter

wasika

message

sako

mobile

tafi-da-gidanka

network

sadarwa

photocopier

na'urar hoton takarda

software

kwakwalwar kwamfuta

telephone

tarho

plug socket

jona soket

fax machine

na'urar faks

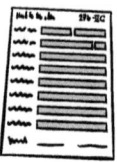

form

fom

document

daftari

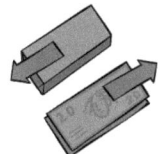

buy

sayi

pay

biya

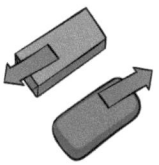

trade

yi ciniki

money

kudi

USD

dollar

dala

EUR

euro

euro

JPY

yen

yen

RUB

rouble

robul

CHF

Swiss franc

franc na Swiss

CNY

renminbi yuan

renminbi yuan

INR

rupee

rupee

cashpoint

injin bada kudi

bureau de change

gidan canjin kudi

gold

zinare

silver

azurfa

oil

mai

energy

makamashi

price

farashi

contract

matuntuba

tax

haraji

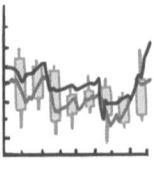

stock

kaya

work

yi aiki

employee

ma'aikaci

employer

mai daukar ma'aikata

factory

masana'anta

shop

kanti

occupations
sana'o'i

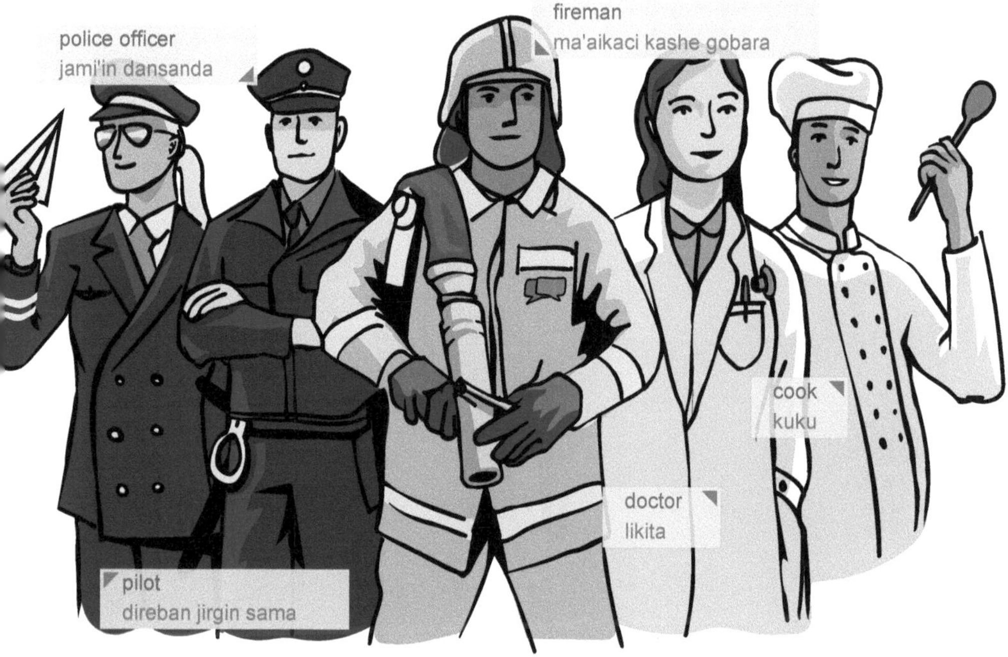

police officer
jami'in dansanda
fireman
ma'aikaci kashe gobara
cook
kuku
doctor
likita
pilot
direban jirgin sama

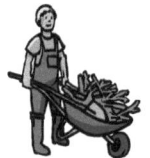

gardener

mai aikin lambu

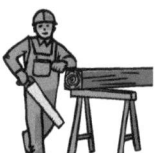

carpenter

kafinta

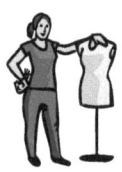

seamstress

mace mai dinki

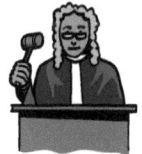

judge

alkali

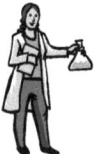

chemist

mai hada magunguna

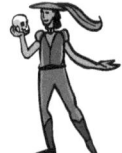

actor

jarumi

bus driver

direban bas

taxi driver

direban tasi

fisherman

masunci

cleaning lady

mace mai shara

roofer

mai aikin rufi

waiter

sabis

hunter

mafarauci

painter

mai fenti

baker

mai yin burodi

electrician

mai gyaran lantarki

builder

magini

engineer

injiniya

butcher

mahauci

plumber

mai gyaran famfo

postman

mai raba wasiku

soldier

soja

architect

mai zayyanar gidaje

cashier

mai biyan kudi

florist

mai sayar da furanni

hairdresser

mai gyaran gashi

conductor

mai kida

mechanic

bakanike

captain

kyaftin

dentist

likitan hakori

scientist

masanin kimiyya

rabbi

limamin yahudu

imam

liman

monk

mai ibadar kirista

clergyman

malamin addini

tools

kayan aiki

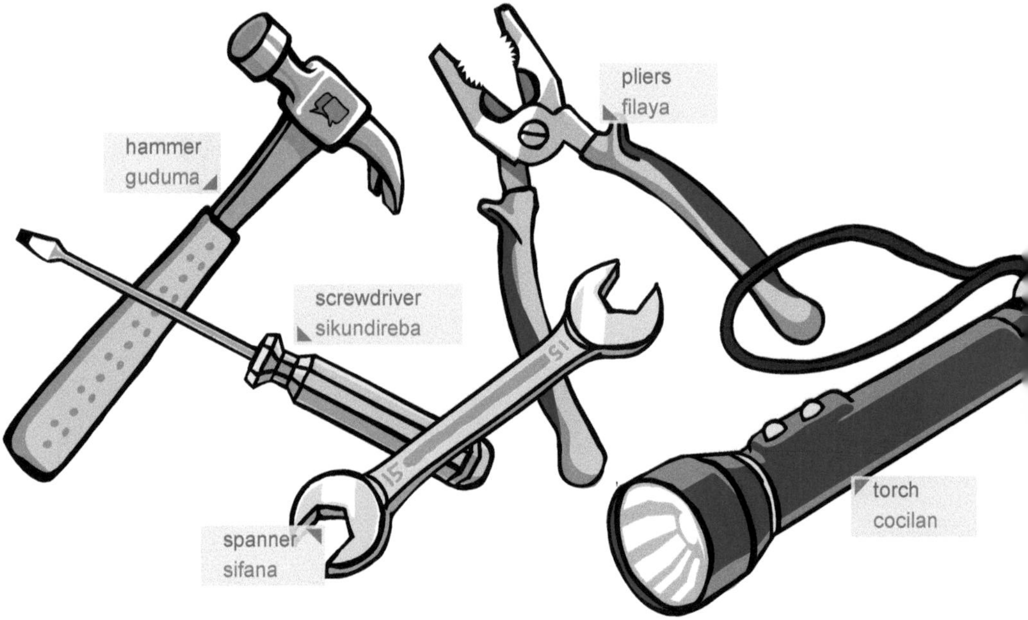
hammer
guduma
pliers
filaya
screwdriver
sikundireba
spanner
sifana
torch
cocilan

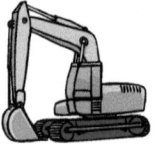

digger

diga

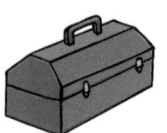

toolbox

akwatin kayan aiki

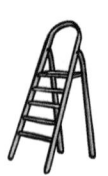

ladder

tsani

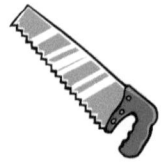

saw

zarto

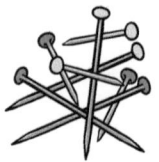

nails

kusoshi

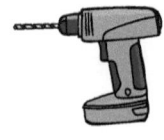

drill

abin hudawa

repair

gyara

shovel

chebur

Damn!

Tafdi!

dustpan

makwashin shara

paint pot

tukunyar fenti

screws

kusoshi masu barima

musical instruments
kayan kida

drum kit
tarkacen ganga

loudspeaker
lasifika

double bass
rubin sauti

trumpet
begila

guitar
jita

piano

fiyano

violin

goge

bass

karamin sauti

timpani

gangunan timpani

drums

ganguna

keyboard

masarrafin fiyano

saxophone

saxophone

flute

sarewa

microphone

makirfo

zoo

gidan namun daji

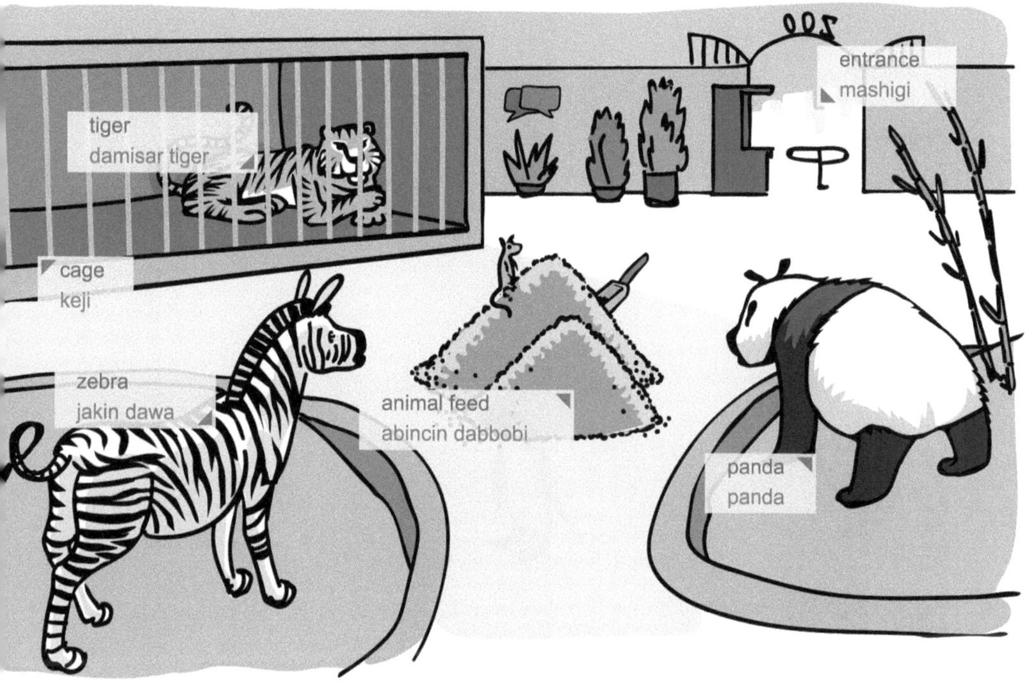
entrance
mashigi
tiger
damisar tiger
cage
keji
zebra
jakin dawa
animal feed
abincin dabbobi
panda
panda

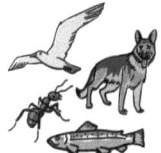

animals

dabbobi

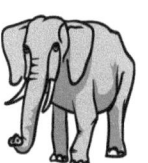

elephant

giwa

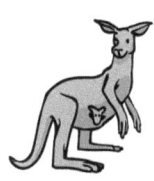

kangaroo

babba-da-jaka

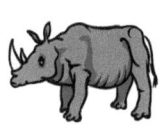

rhino

karkanda

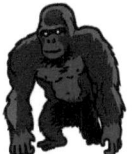

gorilla

goggon biri

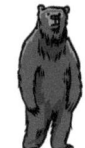

bear

dabbar bear

camel

rakumi

ostrich

jimina

lion

zaki

monkey

biri

flamingo

dinya

parrot

aku

polar bear

bear ta yankin kankara

penguin

penguin

shark

kifin shark

peacock

dawisu

snake

maciji

crocodile

kada

zookeeper

mai tsaro zu

seal

seal

jaguar

damisar jaguar

zoo - gidan namun daji

pony

dukushi

leopard

damisar leopard

hippo

mugun dawa

giraffe

rakumin dawa

eagle

mikiya

boar

aladen daji

fish

kifi

turtle

kunkuru

walrus

walrus

fox

dila

gazelle

barewa

American football
kwallon kafar Amurka

cycling
tseren keke

tennis
wasan tennis

basketball
kwallon kwando

swimming
ninkaya

boxing
dambe

ice hockey
kwallon gora na cikin ka

football
kwallon kafa

badminton
badiminton

athletics
wasannin motsa jiki

handball
kwallon hannu

skiing
wasan kan kankara

polo
kwallon dawaki

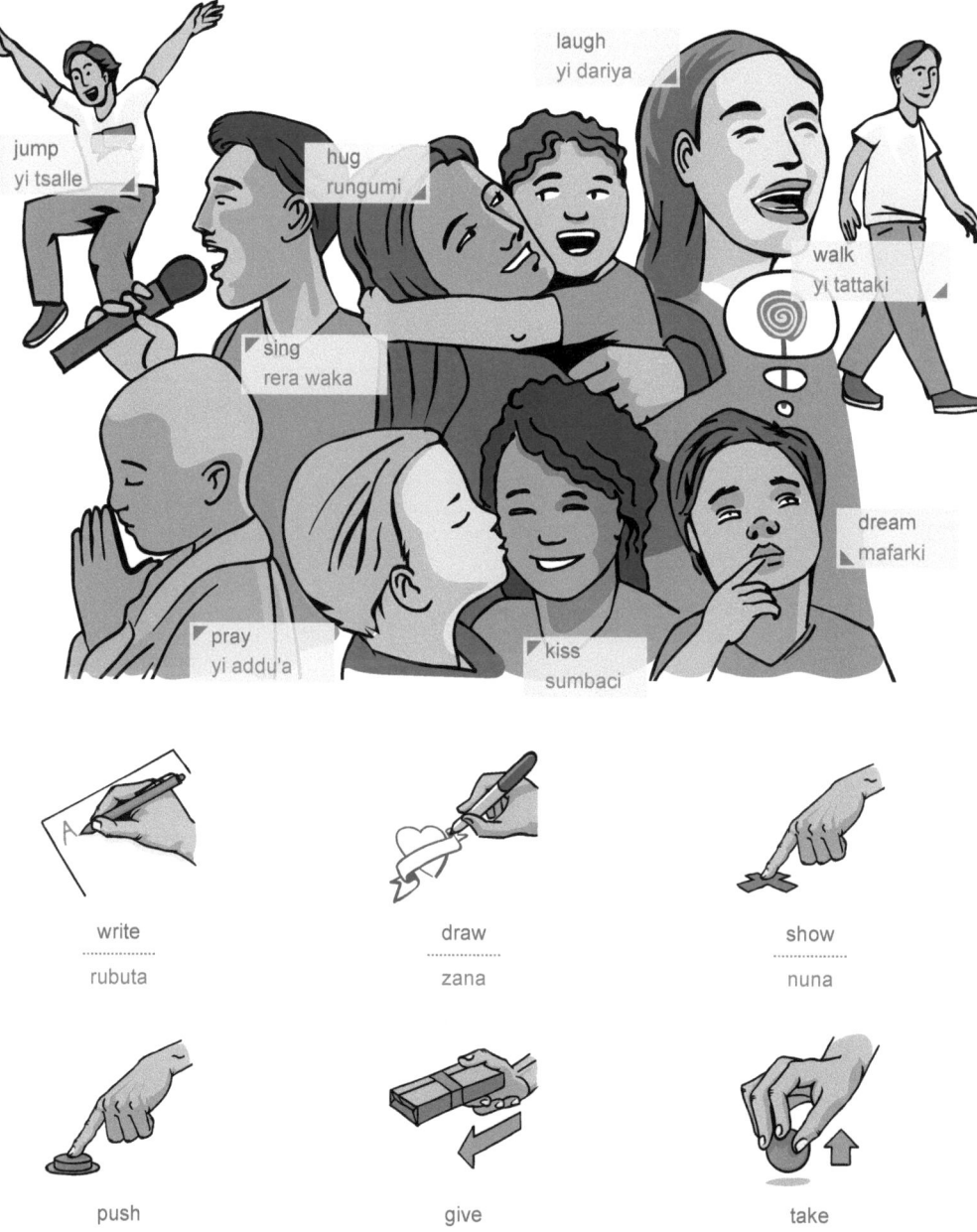

jump
yi tsalle

laugh
yi dariya

hug
rungumi

walk
yi tattaki

sing
rera waka

dream
mafarki

pray
yi addu'a

kiss
sumbaci

write
rubuta

draw
zana

show
nuna

push
tura

give
bayar

take
dauki

have
....
sami

do
....
yi

be
....
kasance

stand
....
tsaya

run
....
gudu

pull
....
jawo

throw
....
jefa

fall
....
faduwa

lie
....
yi karya

wait
....
jira

carry
....
dauki

sit
....
zauna

get dressed
....
sanya tufafi

sleep
....
yi barci

wake up
....
farka

look at
kalli

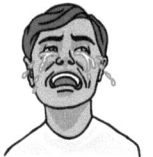

cry
kuka

stroke
bugi

comb
taje

talk
yi magana

understand
fahimci

ask
tambayi

listen
saurari

drink
sha

eat
ci

tidy up
tattare

love
yi soyayya

cook
dafa

drive
yi tuki

fly
tashi

sail

tafi a kwalekwale

calculate

kwakuleta

read

karanta

learn

koyi

work

yi aiki

marry

yi aure

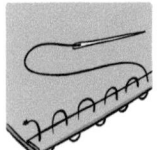

sew

dinka

brush teeth

goge hakora

kill

kashe

smoke

busa taba

send

aika

grandmother
kaka mace

grandfather
kaka namiji

father
uba

mother
uwa

baby
jariri

daughter
ya

son
da

guest

bako

aunt

gwaggo

uncle

kawu

brother

dan'uwa

sister

yar'uwa

body

jiki

forehead
goshi
eye
ido
shoulder
kafada
finger
yatsa
face
fuska
chin
ha'ba
hand
hannu
leg
kafa
breast
nono
arm
damtse

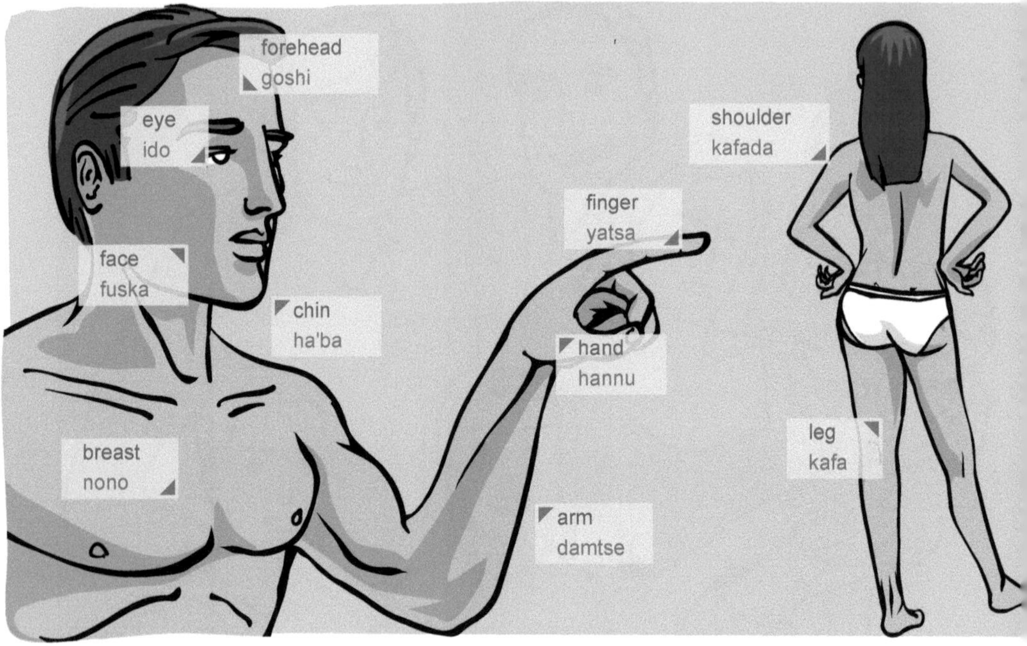

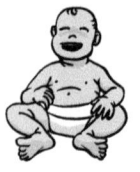

baby
jariri

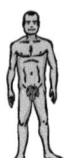

man
mutum

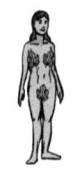

woman
mace

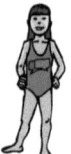

girl
yarinya

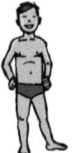

boy
yaro

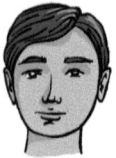

head
kai

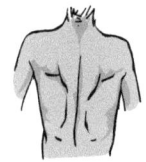

back

baya

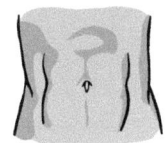

belly

tulun ciki

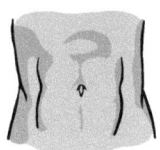

belly button

maballin ciki

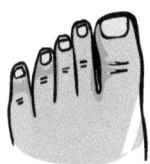

toe

yatsan kafa

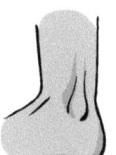

heel

dudduge

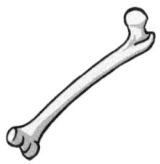

bone

kashi

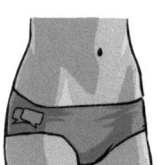

hip

kugu

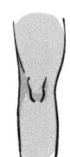

knee

guiwa

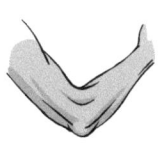

elbow

guiwar hannu

nose

hanci

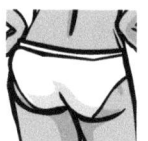

bottom

kasa

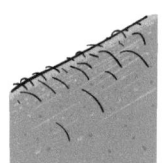

skin

fata

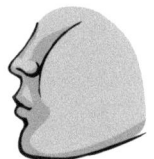

cheek

kumatu

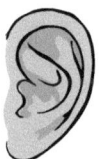

ear

kunne

lip

lebe

mouth

wata

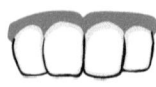

tooth

hakori

tongue

harshe

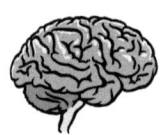

brain

kwakwalwa

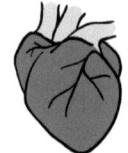

heart

zuciya

muscle

kwanji

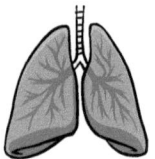

lung

huhu

liver

hanta

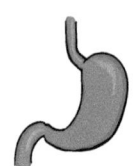

stomach

ciki

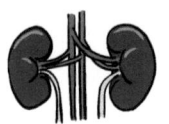

kidneys

koda

sex

jima'i

condom

kwaroron roba

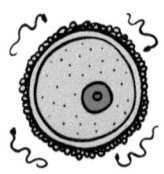

ovum

kwan mahaifa

semen

maniyyi

pregnancy

juna-biyu

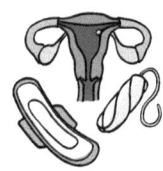

menstruation

haila

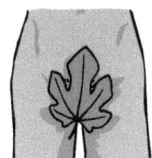

vagina

farji

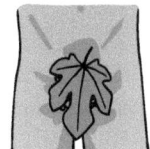

penis

zakari

eyebrow

gira

hair

gashi

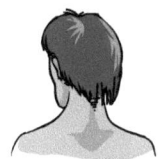

neck

wuya

hospital
asibiti

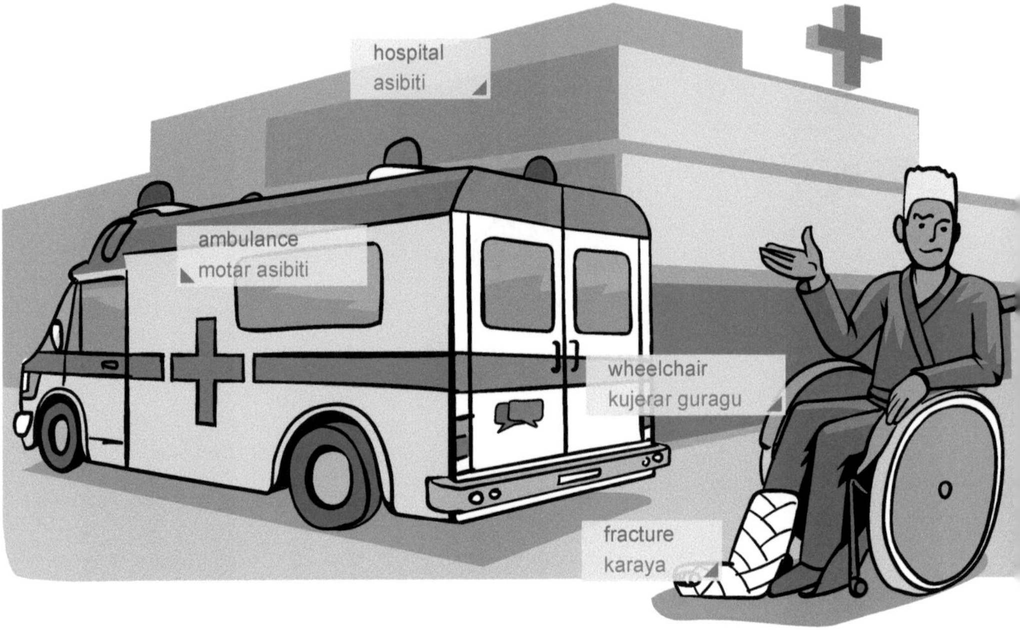

hospital
asibiti
ambulance
motar asibiti
wheelchair
kujerar guragu
fracture
karaya

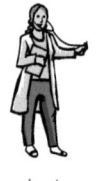

doctor

likita

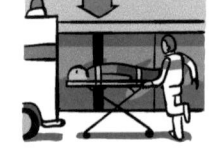

emergency room

dakin kulawar gaggawa

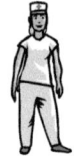

nurse

ma'aikaciyar jinya

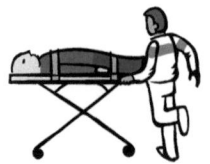

emergency

na gaggawa

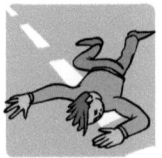

unconscious

magashiyyan

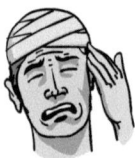

pain

radadi

injury

rauni

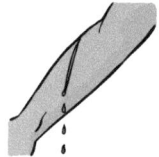

bleeding

zubar jini

heart attack

bugun zuciya

stroke

bugun jini

allergy

kyan-jiki

cough

tari

fever

zazzabi

flu

mura

diarrhoea

gudawa

headache

ciwon kai

cancer

cutar sankara

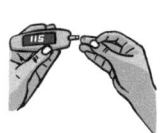

diabetes

ciwon suga

surgeon

likitan tiyata

scalpel

wukar likita

operation

tiyata

CT

CT

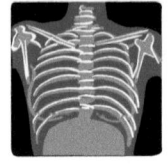

x-ray

hoton kirji

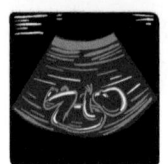

ultrasound

hoton ciki

face mask

marufin fuska

disease

cuta

waiting room

dakin jira

crutch

madogari

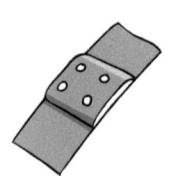

plaster

filasta

bandage

bandeji

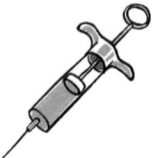

injection

allura

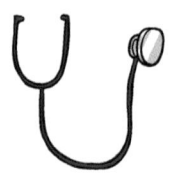

stethoscope

na'urar awon zuciya

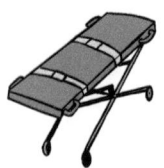

stretcher

gadon daukar marar lafiya

clinical thermometer

na'urar auna zafin jiki

birth

haihuwa

overweight

yawan nauyi

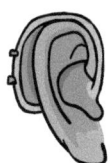

hearing aid

abin kara ji

disinfectant

sinadarin kashe kwayoyin cuta

infection

kamuwar cuta

virus

kwayar cuta

HIV / AIDS

Cutar Kanjamau

medicine

magani

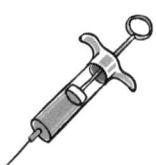

vaccination

riga-kafi

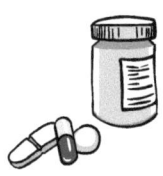

tablets

kwayoyin magani

pill

magani

emergency call

kiran gaggawa

blood pressure monitor

ma'aunin hawan jini

ill / healthy

cuta / lafiya

Help!

Taimako!

alarm

kararrawa

assault

farmaki

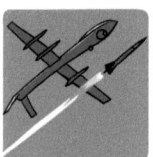

attack

hari

danger

hatsari

emergency exit

kofar ko-takwana

Fire!

Wuta!

fire extinguisher

abin kashe wuta

accident

hadari

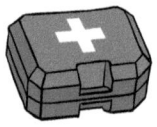

first-aid kit

kayan taimakon gaggawa

SOS

Neman taimako

police

dansanda

Europe

Turai

North America

Amurka ta Arewa

South America

Amurka ta Kudu

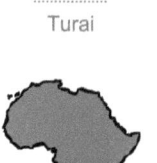

Africa

Afirka

Asia

Asiya

Australia

Australia

Atlantic

Atlantika

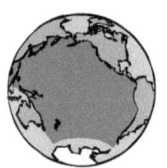

Pacific

Pacific

Indian Ocean

Tekun Indiya

Antarctic Ocean

Tekun Antatika

Arctic Ocean

Tekun Arctic

North Pole

Barin duniya na Arewa

South Pole

Barin duniya na Kudu

Antarctica

Antatika

Earth

Kasa

land

tsandauri

sea

kogi

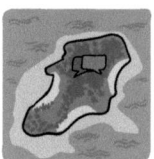

island

tsibiri

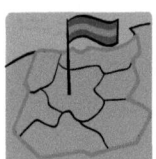

nation

kasa

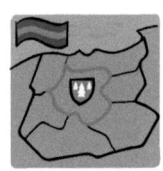

state

jiha

clock face

fuskar agogo

hour hand

hannun awa

minute hand

hannun mintuna

second hand

hannun dakika

What time is it?

Karfe nawa yanzu?

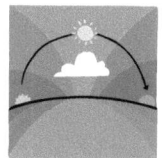

day

rana

time

lokaci

now

yanzu

digital watch

agogon dijita

minute

minti

hour

awa

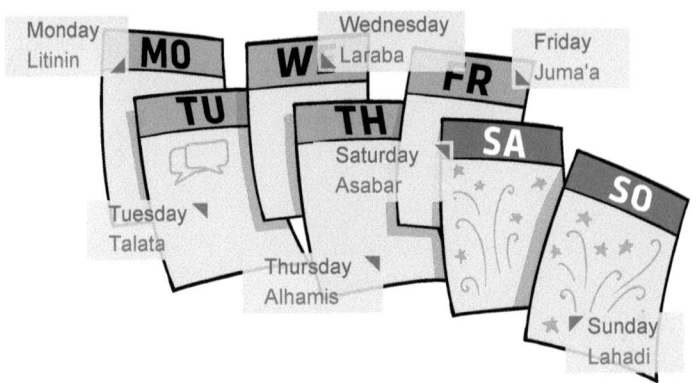

Monday
Litinin
Wednesday
Laraba
Friday
Juma'a
Tuesday
Talata
Saturday
Asabar
Thursday
Alhamis
Sunday
Lahadi

yesterday

jiya

today

yau

tomorrow

gobe

morning

safiya

noon

tsakar rana

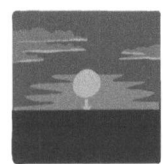

evening

yamma

business days

ranakun kasuwanci

weekend

karshen mako

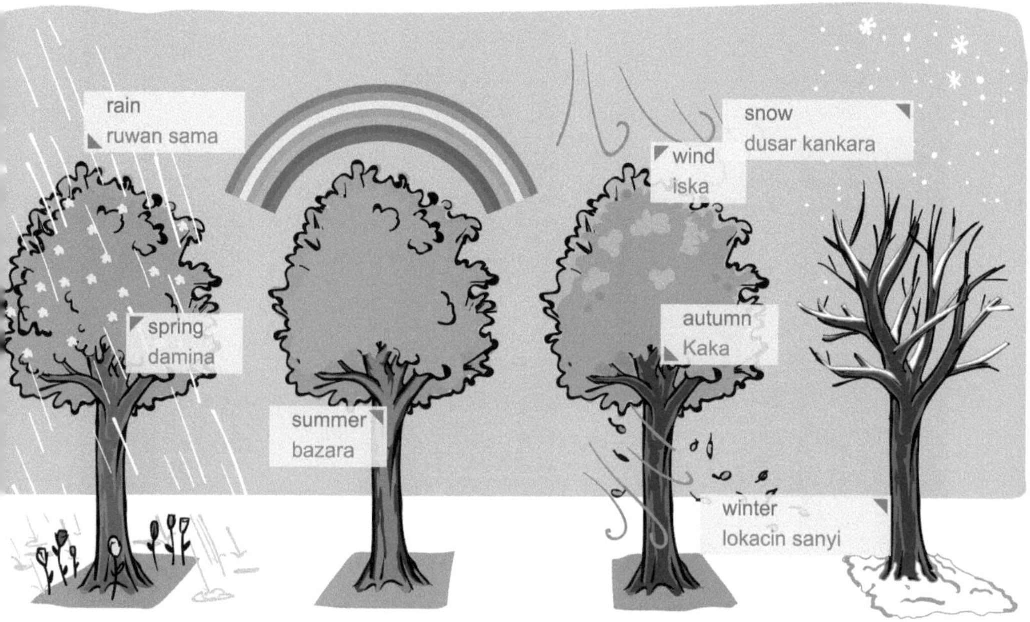

rain
ruwan sama
snow
dusar kankara
wind
iska
spring
damina
autumn
Kaka
summer
bazara
winter
lokacin sanyi

4.APRIL 11°
5.APRIL 4°
6.APRIL 13°
7.APRIL 8°
8.APRIL 10°

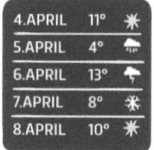

weather forecast

hasashen yanayi

F
C
120
90
60
30
0
-30
40
30
20
10
0
-10
-20

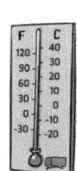

thermometer

na'urar gwajin zafi da sanyi

sunshine

hasken rana

cloud

gajimare

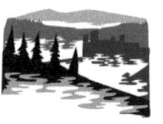

fog

hazo

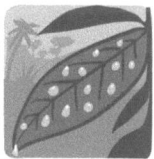

humidity

dumi

lightning

walkiya

thunder

aradu

storm

guguwa

hail

kankarar ruwan sama

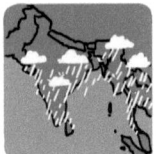

monsoon

iskar bazara

flood

ambaliyar ruwa

ice

kankara

January

Janairu

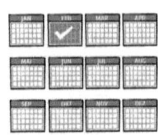

February

Fabarairu

March

Maris

April

Afirilu

May

Mayu

June

Yuni

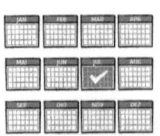

July

Yuli

August

Agusta

year - shekara

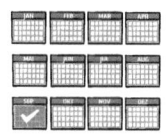

September
....
Satumba

October
....
Oktoba

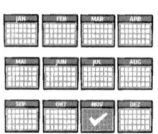

November
....
Nuwamba

December
....
Disamba

siffofi

circle
....
da'ira

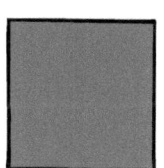

square
....
murabba'i

rectangle
....
kusurwa hudu

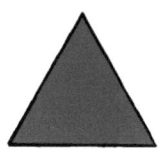

triangle
....
kusurwa uku

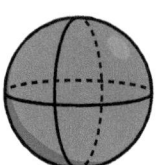

sphere
....
mulmulalle

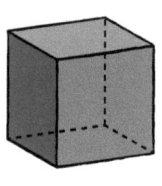

cube
....
dunkule

colours
launuka

white
fari

yellow
rawaya

orange
ruwan lemo

pink
ruwan shanshanbali

red
ja

purple
garura

blue
shudi

green
kore

brown
ruwan kasa

grey
ruwan toka

black
baki

a lot / a little

da yawa / kadan

angry / calm

fushi / nutsuwa

beautiful / ugly

kyakkyawa / mummuna

beginning / end

farko / karshe

big / small

babba / karami

bright / dark

mai haske / mai duhu

brother / sister

dan uwa / 'yar uwa

clean / dirty

mai tsafta / kazami

complete / incomplete

cikakke / maras cika

day / night

rana / dare

dead / alive

matacce / mai rai

wide / narrow

mai fadi / matsattse

edible / inedible

na ci / ba na ci ba

evil / kind

mugu / mai tausayi

excited / bored

mai karsashi / gajiyayye

fat / thin

kakkaura / siriri

first / last

na farko / na karshe

friend / enemy

aboki / makiyi

full / empty

cikakke / holoko

hard / soft

mai tauri / mai laushi

heavy / light

mai nauyi / marar nauyi

hunger / thirst

yunwa / kishin ruwa

ill / healthy

cuta / lafiya

illegal / legal

haramtacce / halastacce

intelligent / stupid

mai basira / dakiki

left / right

hagu / dama

near / far

kusa / nesa

new / used

sabo / na-hannu

nothing / something

ba komai / wani abu

old / young

tsoho / yaro

on / off

kunna / kashe

open / closed

a bude / a rufe

quiet / loud

shiru / kara

rich / poor

mai arziki / talaka

right / wrong

daidai / bata

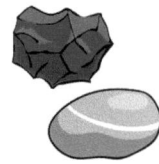

rough / smooth

mai kaushi / mai santsi

sad / happy

bakin ciki / farin ciki

short / long

gajere / dogo

slow / fast

a sannu / da sauri

wet / dry

jikakke / busasshe

warm / cool

dumi / sanyi

war / peace

yaki / zaman lafiya

0

zero

sifili

1

one

daya

2

two

biyu

3

three

uku

4

four

hudu

5

five

biyar

6

six

shida

7

seven

bakwai

8

eight

takwas

9

nine

tara

10

ten

goma

11

eleven

goma sha daya

12

twelve

goma sha biyu

13

thirteen

goma sha uku

14

fourteen

goma sha hudu

15

fifteen

goma sha biyar

16

sixteen

goma sha shida

17

seventeen

goma sha bakwai

18

eighteen

goma sha takwas

19

nineteen

goma sha tara

20

twenty

ashirin

100

hundred

dari

1.000

thousand

dubu

1.000.000

million

miliyan

languages
yaruka

English
....
Turanci

American English
....
Turancin Amurka

Chinese Mandarin
....
Mandarin na China

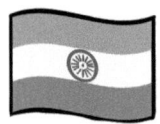

Hindi
....
Hindi

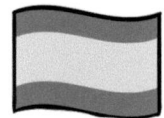

Spanish
....
Sifaniyanci

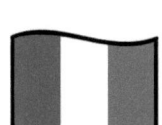

French
....
Faransanci

Arabic
....
Larabci

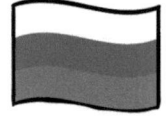

Russian
....
Yaren Rasha

Portuguese
....
Yaren Portugal

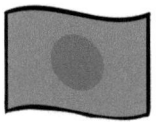

Bengali
....
Bengali

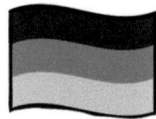

German
....
Yaren Jamus

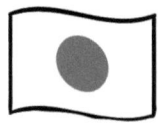

Japanese
....
Yaren Japan

I
ni

you
kai

he / she / it
shi / ita / ita

we
mu

you
ku

they
su

who?
wa?

what?
me?

how?
ya ya?

where?
a ina?

when?
yaushe?

name
suna

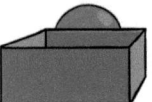

behind

a baya

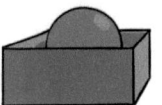

in

a ciki

in front of

a gaban

over

saman

on

akai

under

karkashi

beside

a gefe

between

a tsakani

place

wuri